ISBN 978-0-359-68586-8

Vietnamese
For
Assholes

An Intermediate Phrasebook of Expressions, Expletives, and Everything Else Not in the Standard Textbook or Dictionary

Complied by Barry Taybalo

Cover by Ben Slaughter.
Thanks to Trang

5

Internet Terminology

Anh hùng bàn phím *'Keyboard hero,' keyboard warrior*
Anh ấy chỉ là anh hùng bàn phím. *He's just a keyboard warrior.*

Bay màu *Kicked out*

Bị cấm *Banned*

Bị chặn *Blocked, cut off*
Facebook bị chặn rồi. *Facebook is blocked.*

Cập nhật *Update*
Cập nhật trạng thái. *Status update.*

Chuẩn cmnr *You're god-damned right!*
(See entry in Explicatives section)

Chụp màn hình *Screenshot*

Cuồng lai (like) *'Like-crazy' and constantly liking things on facebook.*

Đăng ký *Sign up, Register*

Đăng nhập *Sign in, Log in*

Đăng xuất *Sign out, Log out*

Đi ọp/off *"Go offline". A meet-up or social event often for a group with a shared interest, do something together or someone in the real world.*

Haizzz *[sigh]*

In *Print*

Mạng *Internet*

Trên mạng *Online*

Mạng tốc độ *Highspeed internet*

Mạng xã hội *Social network*

Nhắn lại *Reply*

Nhắn tin *Message, verb*

Phiên bản *Version*

Ra đảo *Banned (slang)*

Rép *Reply*

Tài khoản *Account*

Facebook sẽ khóa bất kì tài khoản giả mạo nào tìm thấy. *Facebook will block fake accounts.*

Tải lại *Reload*

Tải về *Download*

Có thể tải về. *Available to download.*

Thớt (thread) *OP, original poster*

Truy cập bị cấm Access denied

Ứng dụng *App, application*

9

Expressions and Slang

Ả *Cô ấy, chị ấy*

Anh hùng rơm *'Straw hero.' Someone who wants to help but isn't particularly skilled or adept.*

Ảo thế *'That's unreal.' Whoa*

Ấy *It*

Bá đạo *Incomparable*

Bánh bèo *Useless, annoying, sentimental, girly*
Mary Jane trong phim Người Nhện đúng là một bánh bèo. Mary Jane in the Spiderman movie is quite useless and annoying.

Bảo sao *No wonder*

Bắc kỳ *Vietnamese equivalent of 'nigga,' used to describe Northerners. If two Northerners use it with each other, it's ok though somewhat declasse. If a Southerner uses it to call a Northerner, there will probably be a problem.*

Biến đi *Get lost!, go away!*

Biết chết liền *Damned if i know, beats me*

Nếu tớ biết bút bi của cậu ở đâu thì tớ chết liền. *Damned if I know where your pen is.*

Bữa giờ anh sao *Dạo này anh như thế nào*

Các chế *'Ya'll.' A funny way to say, các bạn. Usually used with girls*

Cay cú *Bitter, vengeful*
Anh ấy cay củ về bị thua. *He's bitter over losing.*

Căm-pu-chia *Literally Cambodia, meaning to 'split' or 'share'*
Hôm nay tiền ăn mình căm-pu-chia nhé. *Today let's split the bill, ok.*

Cắt cổ *'Cut throat,' overly expensive, rip-off*

Chả *Short for "chẳng." No*
Tôi chả quan tâm. *I don't care.*

Chát *Expensive, pricey*
Nhà hàng này hơi chát. *This restaurant is quite expensive.*

Cháy túi *Broke*

Chất *High quality, dope*
Áo phông của mày chất vãi. *Your shirt is dope as fuck.*

Chém gió *Blowing smoke, talking in a boastful manner*

Thằng này chỉ biết chém gió. *This guy only know how to talk himself up.*

Chuẩn, chuẩn luôn, chuẩn không cần chỉnh *Exactly, absolutely, perfect*

Chim *Penis*

Chim cút *Fuck off*

Chính xác *Exactly, precisely*

Ciu *Wiener, wee wee*

Có lý đấy *That makes sense*

Còn lâu *Not in a million years*
Còn lâu tôi mới đi chơi với anh. *I wouldn't go out with you in a million years.*

Cớm *Pig, cop, spy*

Cú đêm *Night owl*

Cục thịt di động *Literally, 'a mobile slab of flesh,' this is a derogatory way to say, 'fat person.' Fat ass.*

Cúp cua *Skip school*
Học sinh ai cũng cúp cua ít nhất một lần. *Every student skips school at least once.*

Cứ để đấy *Just set it here*

Cứ tự nhiên *Make yourself at home*

Đanh đá *Bitchy*

Tôi không thích người yêu mới của anh ấy vì cô ta rất đanh đá. *I don't like his new girlfriend because she's very bitchy.*

Đần *Retarded, stupid*

Đê *Đi*

Nóng quá, đi bơi đê. *It's so hot, let's go swimming.*

Đi chơi *'Go play,' out with friends*

Đi thôi *Let's go, let's leave, ready to go*

Chúng tôi phải đi thôi. *We must go.*

Điêu *Lie, bullshit (Northern)*

Đội quần *Ashamed*

Tôi đội quần vì phần biểu diễn này. *I am ashamed of this performance.*

Đùa *Joke, Kidding*

Đụt *Retarded, dumb*

Phim này đụt vãi. *This film is fucking retarded.*

Đừng khách sáo *Don't be shy, don't hesitate, make yourself at home*

Được chứ, tại sao không *Sure, why not?*

Đzậy *Vậy*

Dã man *Savage*

Dân chơi *Lower class playboy, a guy who like to frivolously spend money or brag without much long-term consideration.*

Dễ sợ *Vô cùng, extremely.*
Giàu dễ sợ. *Extremely rich.*

Dũng sĩ diệt mồi *Devour, gobble food, eat like a pig*

Hả/hở *Huh.*
Cô vẫn có xôi hả? *Do you still have sticky rice?*

GATO Ghen ăn tức ở.
Jealous, Envious

Ghét quá *Hate so much.*
Tôi ghét anh ấy quá. *I hate him so much.*

Giả nai *Play dumb*

14

Giải quyết nỗi buồn *Literally, 'solve the sadness,' meaning, 'go to the bathroom.'*
Anh phải đi giải quyết nỗi buồn. *I have to go to the bathroom.*

Giang hồ *Gangsta*

Giật cả mình *Startled, to jump out of one's skin*

Giờ cao su *Some who is often late*

Giở quẻ *To suddenly change attitude or emotions*

Gõ đầu trẻ *Teach*

Hết mẹ tiền rồi *Broke*

Hết xẩy *Excellent.*
Món ăn này ngon hết xẩy. This dish is excellent.

Hơi bị *Really*
Giá đây hơi bị rẻ. *The price here is really cheap.*

Hợp cạ *Compatible, good match, hand in glove*

Kẻ mách lẻo *Snitch, narc*

Kết *Thích, like*

15

Anh kết em rồi đấy. *I like you.*

Khó chịu *Unpleasant, frustrating*
Chủ em cứ làm em khó chịu. *My boss makes me frustrated.*

Không đời nào *No way, not in this life*

Không hẳn, không hẳn đâu *Not really*

Khổng thế nào *No way*

Là sao *What's that? What does it mean?*

Làm màu *To show off*

Lầy *Dirty, bogus, foul, party-foul*

Lên luôn *Get up, party, get fucked up.*

Lên tiếng *Speak up, raise your voice*
Lên tiếng vì môi trường. *Speak up for the environment.*

Lêu lêu *A mocking expression.*

Lượn, lượn lờ *Hang out aimlessly, chill, go out, wander.*
Anh muốn đi lượn không? *Do you want to hang?*

Máu *Hype*

Mặt dày *'Thick-faced' Shameless, graceless, immodest.*
Mặt dày gọi. *Cold call*

Mọt sách *Nerd, geek.*
Tôi có nhiều sở thích mọt sách. *I have many nerdy hobbies.*

Mốt *Fashionable*
Ăn mặc theo mốt mới nhất. *To wear the latest fashions.*

Múa quạt *A dance popularized by 'Khá Bảnh,' similar to a 'figure eight.'*

Nào *Hey, in a way that a parent or adult would say to their child to get their attention or make them behave.*

Não ngắn *'Short brained,' idiotic, stupid*

Ngày xưa xinh lắm, bây giờ đỡ hơn/nhiều rồi *Literally, 'In days past I was very beautiful, now I've been relieved' A cutesy self-deprecating phrase girls will say, often in relation to childhood photos.*

Nghĩ thông *Realization*

Người Tràng An *Someone whose family is historically from Hanoi*

Nóng chảy mỡ *Baking hot*

Nuột *Smooth, smoothly.*

Anh ấy nói tiếng việt rất nuột. *He speaks Vietnamese very smoothly.*

Ông cụ non, Bà cụ *'Grandpa, grandma' A child who acts older or with a calmer demeanor.*

Ông tây Western guy.

Ông tây kia béo lắm. *That Western guy is really fat.*

Phao *'Lifejacket.' A piece of paper used to cheat on tests.*

Quẩy lên *Turn up, party, get high*

Rẻ rách *Pathetic*

Rùi *Rồi.*

Tốt rùi. *It's all good.*

Sang chảnh *'Luxurious arrogant.' Fancy, expensive, used when going out for food or drink, or to describe people's attitudes.*

Xem phim bằng 4DX hơi sang chảnh nhỉ. *Watching films in 4DX is rather luxurious.*

Sáu múi *Sixpack abs*

Soái ca *A guy who is a total package*

Sửu nhi *A more polite and less confrontation way to say 'trẻ trâu.'*

Tán gẫu *Chit chat, get together*

Tất nhiên *Of course*

Tây ba lô *Western tourist.*
Việt Nam có nhiều Tây ba lô lắm. *Vietnam has a lot of Western backpackers.*

Thà chết còn hơn *Would rather die than.*
Em thà chết còn hơn yêu. *I'd rather die than love you.*

Thảo mai *Fake, untruthful.* Cách cư xử của anh ấy thảo mai lắm. *His behavior is really fake.*

Thăng *Ngủ, sleep*
Trễ rồi, tao thăng trước đây. *It's late, I should sleep.*

Thằng đệ *Bro, from an older person to a younger person.*

Thằng hèn *Wimp*

Thằng ngu *Idiot*

Thế á *Oh ya?*

Thôi đuê, Xin hồn *Oh stop, spare me (khi không muốn nối chuyện nữa)*

Thì sao *So what?*

Thôi chết *Oh shoot!*

Thôi đi! *Stop it!*

Tí *Just a tiny bit*
Uống một tí nữa đi. *Drink a little more.*

Tin hành lang *Gossip*
Chuyện cô ta chia tay bạn trai là tin hành lang. *Her breakup is just gossip.*

Tóa *A juvenile way of saying 'quá.' "Vui tóa." Has a grammatical flexibility as an adjective and an adverb. [verb/adj]+tóa*

Tởm *Really disgusting or gory. Also, 'sick,' in a skilled way.*
Chỗ này hồ Tây rất tởm. *This part of West Lake is really gross.*

Tránh rét *Avoid the cold*

Trẻ trâu *Young buffalo. Young buck. A young man that acts irresponsibly.* Immature

Tuyệt vời ông mặt trời *Awesome. A funny way to say, 'tuyệt vời.' Can also say, 'toẹt vời.'*

Từ Từ *Slow down, Wait up, Hold on*

Tức là *That is, I mean (used as a filler)*

Ui giời *OMG. Expresses surprise but not necessarily in a positive. If I offer a ridiculously low price while I mặc cả, then one of the vendors might say 'Ui giời.' A fairly common way to say ỗi giời ơi.*

Vậy hả *Oh ya? Is that so?*

Về với tổ tiên *'Return with your ancestors,' die.*

Vi diệu *Fantastic, amazing* Thật là vi diệu. *So amazing.*

Vừa nãy *Just now*
Vừa nãy bạn làm gì? *What are you doing right now?*

Xác (cmn) định *Screwed*

Xạo *Lie, bullshit (Southern)*

Xõa *Lit, party*
Nghỉ hè rồi, xõa đi. *It's summer vacation, let's party.*

Xôm tụ *The more the merrier*

Expletives and Cuss Words

Á đù *What the fuck!?, Oh shit!?*

Bỏ mẹ *Oh fuck, god dammit*

Bực chết *That's annoying as fuck*

Cái đéo gì *What the fuck is that?*

Cái lồn gì thế *What the fuck!*

Câm miệng đi *Shut up, Shut your mouth*

Chán bỏ mẹ *I don't give a fuck, also, 'Tao đéo quan tâm .'*

Chuẩn con mẹ nó rồi (Chuẩn cmnr) *You're god damned right! Written online as 'chuẩn cmnr.' Less offensively said, 'chuẩn cơm mẹ nấu rồi.'*

Chết tiệt *Shit!, Crap, a little more polite than chết mẹ*

Chết mẹ *Oh shit! see also, mả cha*

Chó chết *Asshole*

Chó đẻ *Son of a bitch*

Chuối, Củ chuối *Dick, that sucks, that's lame*

Chửi *Cursing, offensive language*

CLGT? *WTF?*

Con đĩ *Slut*

Con phò *Bitch, prostitute*

Củ chuối *That sucks, that's lame*

Cứt *Shit (Excrement)*

Đánh rắm *Fart*

Đéo *No, in a very offensive way*
Tao đéo quan tâm. *I don't fucking care.*
Tao đéo sợ cảnh sát. *I'm not fucking afraid of the police.*

Đéo biết *Who the fuck would know that? Who fucking knows?*

Đĩ *Whore, slut, prostitute.*

Địt mẹ, địt mẹ mày *Literally motherfuck, fuck your mom. Basically meaning: "fuck you." Also, đụ má/đủ má/đậu má*

Đồ khốn *Asshole*

Ghê, ghê chưa *Gross, that sucks, also used in a good way*

Im đi *Shut up*

Kinh, Kinh vãi *Gross, awful, also used in a positive sense*

Mặt lồn *'Pussy face' Stronger than asshole. One of the more disrespectful things you could call someone. Saying this could get you punched. More polite versions of 'asshole' are khốn nạn and chó chết.*

Nói bậy *To cuss*

Tao đéo quan tâm *I don't fucking care.*

Tàu khựa *Chinese, derogatory*

Tệ *Shitty, lame*

Thằng bỏ mẹ *Motherfucker*

Từ bậy *Cuss word*

24

Vãi, vãi đái, vãi đạn, vãi chưởng *All pretty much mean 'holy shit,' fucking (as an adj/adv)*

Vãi lồn *Holy shit, fucking (adj/adv), especially vulgar*

Vớ vẩn *Bullshit, nonsense*

Tôi sẽ không nghe anh ấy nói vớ vẩn nữa đâu. *I won't listen to his bullshit anymore.*

Animal Similes and Metaphors

Buồn như con chuồn chuồn '*Sad as a dragonfly.' Really sad.*

Chán như con gián *Literally, 'bored as a cockroach.' Really bored.*

Nhục như con trùng trục *Literally, 'ashamed as an oyster.' Really ashamed or disgraced.*

Phê như con tê tê *High as a pangolin' Faded, blitzed, blazed, baked, etc.*

Xấu như con gấu '*Ugly as a bear.' Ugly*

Xinh như con tinh tinh '*Pretty as a chimpanzee.' Not pretty.*

Cá Sấu '*Crocodile.' Someone with an ugly appearance and personality.*

Cho chết '*Dead dog,' asshole*

Gà *Literally, 'chicken,' meaning, fool, patsy, noob*

Gấu *Bear, something you squeeze, i.e., girlfriend/boyfriend*

Giả nai *Fake deer, play dumb*

Everyday life

Ăn hàng *Eat out*

Tôi hay ăn hàng. *I usually eat out.*

Âm lịch *Solar Calendar*

Theo âm lịch, mỗi năm được đặt tên theo 12 con vật trong cung hoàng đạo. *According to the lunar calendar, each year is named after one of the 12 animals in the Chinese zodiac.*

Bất ngờ *Unexpected*

Tôi không nghĩ rằng đây sẽ là một bất ngờ cho bất cứ ai trong căn phòng này. *I don't think that this will be unexpected for anyone in this apartment.*

Bốc phét *Exaggerate*

Chú ấy hay bốc phét. *He usually exaggerates.*

Bồn cầu *Toilet*

Bơ *Literally, 'butter' and 'avocado.' It also means, 'don't care,' 'not interested,' or 'ignore.'*

Em ấy không trả lời tin nhắn của tớ. Em ấy bơ tớ rồi. She didn't answer my message. She doesn't care about me.

Bợ *Flatter*

Bợ đỡ người nào. *Flatter someone.*

Bớt *To lower the price*

Bớt giá một chút nhé. *Lower the price a bit, ok?*

Bị hớ *To be ripped off*

Bị mắng *To be scolded*

Bình tĩnh *To relax*
Đừng mất bình tĩnh. *Don't lose your cool.*

Bực mình *Angry, on edge*
Cô ấy bực mình, đừng động vào cô ấy. *She's on edge, don't push her.*

Cắm trại *Camping*
Gia đình tôi thường đi cắm trại. *My family often goes camping.*

Cạnh tranh *Competitive*
Tôi luôn luôn cạnh tranh với các vận động viên. *I always compete with athletes.*

Cản đường *In the way*

Cảnh sát cơ động *Mobile police, the police wearing all black, usually out at night.*

Châm biếm *To satirize, mock*
Tranh châm biếm. *Satirical comics.*

Chất bảo quản *Preservative substance*

Muối được dùng làm chất bảo quản. *Salt can be used as a preservative.*

Chen hàng *Cut in line*

Chê *To berate, chastise*

Chế nhạo *To mock, ridicule*

Mọi người đã chế nhạo tôi hôm qua. *Everyone teased me yesterday.*

Cơ hội *Opportunity*

Tạo ra cơ hội. *Create opportunities.*

Cơ thể *Body*

Cơ thể người có hơn 650 cơ. *The human body has more than 650 muscles.*

Cuống hết cả lên *Freak out*

Làm gì mà cuống hết cả lên thế?! *Why are you freaking out?*

Cư xử *Behave*

Gần đây anh ấy cư xử thất thường. *Recently he behaves erratically.*

Đặc điểm *Feature*

Đặc điểm của dân tộc Anh. *A feature of the English.*

Đặt *To book (tickets, a room, etc)*

Tôi muốn đặt một phòng. *I want to book a room.*

Đi bộ đường dài *Hike*

Đi phượt *Go on a long motorbike trip*

Điểm đến *Destination*

Trang An có lẽ một trong những điểm đến đặc sắc nhất ở Việt Nam. *Trang An is one of the most outstanding destinations in Vietnam.*

Điều cấm kí *Taboo*

Họ bàn luận các vấn đề cấm kị, như là bạo lực gia đình. *They discuss taboo issues, such as domestic violence.*

Đích đến *Goal, destination, purpose*

Đã đến lúc chúng ta nhắm đến những đích đến cao hơn. *It's time we reach for high goals.*

Đón *Pick up someone in a car or on a motorbike, meet*

Em ấy đang đến để đón anh. *She is coming to pick me up.*

Đơn giản *Simple*

Cua gái rất đơn giản. *Picking up girls is very easy.*

Dành thời gian *Spend time*

Tôi thích dành thời gian cho gia đình. *I like spending time with family.*

Dự án *Project*

Dự án xây nhà chung cư cần nhiều tiền. *Apartment housing projects require a lot of money.*

Dương lịch *Solar calendar*

Giao thông *Traffic*

Giỡn *Play, tease, joke.*
Không đùa giỡn trong lớp học. *No playing around in class.*

Hại *Harmful*
Hút thuốc lá có hại cho sức khỏe. *Smoking cigarettes is harmful for health.*

Hành lý *Luggage*

Hàng rong *Peddle*

Hào hứng *Excited, elated*
Cô ấy rất hào hứng về chuyến đi sắp tới. *She's very excited about the upcoming trip.*

Hiểu lầm *Misunderstanding*
Đừng hiểu lầm ý tốt của tôi. *Don't misunderstand me.*

Hình xăm *Tattoo*
Anh ấy có nhiều hình xăm. *He has many tattoos.*

Họ hàng *Relatives*

31

Hóa chất *Chemical*

Hóa chất trong não. *Brain chemistry.*

Hứa *To promise*

Hữu cơ *Organic*

Kẹt xe *Traffic jam*

Khách quen *A regular customer*

Khám phá *Explore new things*

Con người đã khám phá nơi trên Trái Đất. *Humans have explored many places on Earth.*

Khó chịu *Frustrating, annoying*

Anh ấy thấy khó chịu về công việc. He's feels frustrated with work.

Khó giải thích *Hard to explain*

Khó khăn *Difficulty*

Khó khăn trong việc học tiếng việt là chuyện dễ hiểu. *Difficulty in learning Vietnamese is easy to understand.*

Khốn nạn *Jerk-ish, asshole-ish*

Không vứt rác bừa bãi *Don't litter*

Kinh nghiệm *Experience*

Bà ấy có nhiều kinh nghiệm trong lĩnh vực này. *She has a lot of experience in this field.*

Luyện tập *Practice, exercise, training.*

Luyện tập thể dục thường xuyên có thể giúp phòng chống bệnh tim mạch. *Regular exercise can help prevent heart disease.*

Lễ phép *Polite with elders*

Chúng tôi hài lòng khi thấy con cái nói chuyện với người khác một cách lễ phép. *We are pleased to see children talking politely to others.*

Linh tinh *Nonsense*

Cô ấy toàn nói linh tinh. *She talks complete nonsense.*

Mang về *Take away*

Cho anh một đen đá mang về. *Give me an iced coffee to go.*

Mặc cả *Haggle, Negotiate the price for goods or services*

Ở chợ bạn phải mặc cả. *You have to haggle at the market.*

Mập *Chubby, fat but cute*

Thằng này mập mập đáng yêu. *This boy is chubby and cute.*

Mê tín *Superstitious, superstition*

Đừng mê tín thế. *Don't be so superstitious.*

Mì ăn liền *Instant noodles*

Mua chuộc *Bribe*

Cô ấy mua chuộc tôi để giấu gia đình chuyện cô ấy mang thai. *She bribes me to hide her pregnancy from her family.*

Mua mặt *Save face*

Nghịch lý *Paradox*

Mà nó là chấp nhận nghịch lý. *It's about embracing paradox.*

Nghiêm túc *Serious*

Thanh niên nghiêm túc. *A serious youth.*

Ngoại ô *Suburbs, outskirts*

Tôi lớn lên ở ngoại ô Pari. *I grew up in the suburbs of Paris.*

Ngồi thiền *Meditate*

Tôi ngồi thiền mỗi buổi sáng. *I meditate each morning.*

Nhàn *Free, leisurely, easy*

Công việc này rất nhàn. *The job is very easy.*

Nhân viên pha chế *Bartender*

Nhẹ người *Relieved*

Nhẹ cả người vì tốt nghiệp rồi. *Relieved to graduate.*

Nhớ nhà *Homesick*

Tôi đang rất nhớ nhà. *I'm very homesick.*

Nói leo *Cut off in conversation*

Ông chủ/cô chủ *Boss*

Ở đây có gì ngon không? *What's good to eat here?*

Phát hiện *Discover*

Tôi phát hiện xe của mình bị trộm. *I discovered my bike is stolen.*

Phát sốt *Hot, popular*

Phí sinh hoạt *Living expenses, cost of living*

Phí sinh hoạt ở quận 1 rất cao. *The cost of living in district 1 is very high.*

Phong cảnh *A view, scenery*

Sa Pa có phong cảnh đẹp lắm. *Sapa has really beautiful scenery.*

Phong cách *Style*

Phong cách ăn mặc của anh ấy rất lịch lãm. *His clothing style is very elegant.*

Phù hợp *Suitable, fit, match*

Quyền anh *Boxing*

35

Quyền lực *Authority*

Quyến rũ *Glamorous, seductive*

Số phận *Destiny, fate*

Cô ấy có số phận hẩm hiu. *She has a horrible fate.*

Sự thay đổi để bản thân mình tốt hơn *Self-improvement*

Tai nạn giao thông *A traffic accident*

Tạt đầu *Cut off in traffic*

Tắc đường *Traffic jam*

Tình trạng tắc đường ở VN rất nghiêm trọng. *Traffic congestion in VN is very serious.*

Thái độ *Attitude.*

Thái độ là yếu tố quan trọng khi xin việc. *Attitude is an important factor when applying for a job.*

Thám hiểm *Explore*

Chưa ai thám hiểm. *Unexplored.*

Thắng *Win*

Anh ta đã thắng năm ván bài liên tục. *I won five hands in a row.*

Thành thạo *Skilled, expert, to excel at*

Tôi muốn nói tiếng Việt thật thành thạo. *I want to truly excel at speaking Vietnamese.*

Thất nghiệp *Unemployed, jobless*

Nếu không học giỏi thì sẽ thất nghiệp. *If you don't study hard then you'll be unemployed.*

Thói quen *Habit*

Tôi có thói quen tắm ít nhất 10 phút. *I have a habit of showering for at least 10 minutes.*

Thực ra *Actually*

Thực ra tôi rất mê ăn chuối. *Actually I love bananas.*

Thân mật *Informal, casual*

Trò chuyện thân mật. *Informal conversation.*

Thật là (ra) *Really, truly*

Đồ ăn đây thật là ngon. *Food here is truly delicious.*

Tiền mặt *Cash*

Trả bằng tiền mặt. *Pay by cash.*

Tiêu tiền *Spend money*

Có những cách để bạn tiêu tiền hiệu quả hơn nhiều. *There are much better ways for you to spend money.*

Tình nguyện *Volunteer*

Tôi tham gia chiến dịch tình nguyên do trường tổ chức. *I participate in a volunteer campaign organized by the school.*

Tôn giáo *Religion*

Vấn đề tôn giáo là một vấn đề nhạy cảm. *Religious issues are a sensitive problem.*

Tôn trọng *To respect*

Bạn nên tôn trọng ý kiến của người khác. *You should respect other people's opinions.*

Tôi chỉ xem thôi *'I'm just browsing.'*

Trách nhiệm *Responsibility*

Tôi phải chịu trách nhiệm về việc mình làm. *I must bare responsibility for the things I do.*

Tràng An *Describing people who are ancestrally from Hà Nội.*

Cư xử như người Tràng An. *Behave like a Hanoian.*

Trang trí *Decoration, decor*

Người việt trang trí nhà bằng cây bon-sai và hoa. *Vietnamese people decorate their homes with bonsai trees and flowers.*

Trò chơi điện tử *Video game*

Trốn học *To skip school*

Những bạn trẻ có thói quen trốn học thì cuối cùng thường bỏ học. *Kids who have a habit of skipping school usually drop out eventually.*

Truyền thống *Tradition*

Truyện tranh *Comic book, manga*

Tự sướng *To take a selfie*

Tưởng tượng *To imagine, to visualize*
Vượt qua trí tưởng tượng. *Beyond imagination.*

Xem bói *To do fortune telling*

Xét nét *To scrutinize.*
Tôi ghét những người hay xét nét. *I hate judgemental people.*

Xu hướng *Trend*

Vận chuyển *Deliver*
Đồ sẽ được chuyển. *Items will be shipped.*

Việc vặt *Errand*
Tôi phải làm mấy việc vặt. *I must do a number of errands.*

Vô tình *Accidentally*
Vô tình gặp sau mấy năm. *Accidently meet after several years.*

39

Xa xỉ *Luxurious*

Ai lại không muốn có thêm tiền hoặc những thứ xa xỉ hơn? *Who doesn't want more money or luxury?*

Business, Career, and Finance

Cổ phiếu *Stock*

Dự án *Project*

Dự án xây nhà chung cư cần nhiều tiền. *Apartment housing projects require a lot of money.*

Dữ liệu *Data*

Khai trương *Grand opening*

Khoản đầu tư *Investment*

Lý lịch *Resume, CV*

Viết lý lịch hấp dẫn. *Write an appealing resume.*

Nhà khởi nghiệp *Entrepreneur*

Ông chủ/cô chủ *Boss*

Phỏng vấn xin việc làm *Job interview*

Thành thạo *Skilled, expert, to excel at*

41

Tôi muốn nói tiếng Việt thật thành thạo. *I want to truly excel at speaking Vietnamese.*

Thất nghiệp *Unemployed, jobless*

Nếu không học giỏi thì sẽ thất nghiệp. *If you don't study hard then you'll be unemployed.*

Thị trường Market

Thuế *Tax*

Tiền lãi *Interest*

Tiền mặt *Cash*

Trả bằng tiền mặt. *Pay by cash.*

Tiêu tiền *Spend money*

Có những cách để bạn tiêu tiền hiệu quả hơn nhiều. *There are much better ways for you to spend money.*

Vices and Social Ills

Ân tù *Prison sentence*

Bị hiếp *To get raped*

Bợm nhậu *A drunkard, alcoholic*

Buôn người *Human trafficking*

Cần sa *Weed*

Chợ đen *Black market*

Cỏ *Grass, weed*

Cuốn một điếu *Roll a joint*

Đá *Meth*

Đánh bài *Gamble*

Gạt tàn *Ashtray*

Hối lộ *To bribe*

43

Hút chích *Junk, smack, heroin*

Kẻ giết người *Murderer*

Kẹo *Ecstasy, molly or similar party drugs*

Ma túy *Harder drugs.*
Chơi ma túy. *Do drugs.*

Ngất *To pass out from drugs or thuốc lào*

Nghiện *Addiction*
Người nghiện rượu. *Alcoholic.*

Nhậu *To drink booze, drinking*

Nhậu nhẹt *Alcoholic*

Phạt *Punish, punishment*

Quấy rối tình dục *Sexual harassment*

Sập *To pass out, collapse*

Tham nhũng *Corruption*

44

Tội buôn ma túy *Drug dealer*

Tội phạm *Criminal*

Tửu lượng *Alcohol tolerance*

Xã hội đen *Thuggish, mafioso*

Literally Seen and Heard on the Street

A Di Đà Phật *A Buddhist version of 'Amen' or 'God Bless'*

Cấm đái bậy *Don't disgracefully pee*

Cấm đổ rác *Don't dump trash*

Cứ từ từ *Just slow down*

KH C B T / KHCBTONG *Advertisements for cutting and drilling in concrete as part of home improvements*

Khai trương *Grand opening*

Lại đây em ơi! *Said by street food and drink vendor to beckon customers, 'Hey, stop here!'*

Là trên hết *Above all*

Nghĩ trước bấm còi *Think before you press the horn*

Sex and Relationships

Anh ấy thay đổi người yêu như thay áo *He changes lovers like shirts*

Áo mưa *Raincoat, condom*
Bạn mặc áo mưa vào đi. *Wear a condom.*

Âm vật *Clit*

Ăn chơi *To play around, galavanting*
Anh ăn chơi suốt ngày! *You play around all day.*

Ăn sò *'Eating clam'*

Ăn vụng *'To sneak food', to have an affair*
Người đàn ông đó đang ăn vụng với cô ấy. *That man is having an affair with her.*

Bao *Rubber, condom*
Đeo bao vào đi. *Put on a condom.*

Bao cao su *Condom*
Cho tôi một hộp bao cao su. *I want a box of condoms.*

Bạo dâm *Really rough sex, sadism*

Bay bướm *Chasing women*

Cách ăn nói của anh ta rất bay bướm. *The way he speaks is very seductive.*

Bệnh lây truyền qua đường tình dục *STI*

Bệnh xã hội *'Social illness,' STI*

Bê đê *Gay, queer used in a derogatory way. Also bóng, tám vía*

Bị bóc tem *To lose virginity.*

Cô ta bị bóc tem năm 17 tuổi. *She lost her virginity at 17.*

Bị ngoại tình *To get cheated on*

Anh ta bắt quả tang vợ mình đang ngoại tình. *He catches his wife having an affair.*

Bồ *A word for people who are hooking up*

Bồ của anh ta đẹp quá. *His girl is beautiful.*

Bơ *Ignore, don't care about, forget about a love interest*

Anh ấy không trả lời tin nhắn của tao. *Anh ấy bơ tao rồi. He doesn't answer my message. He's forgot about me already.*

Bợ *Flatter*

Hắn nịnh bợ để được thăng chức. *He uses flattery to get promoted.*

Buồi *Dick*

Bú cặc, bú chim, bú chym *"Suck cock," pretty literally. Not so polite relative to thổi kèn.*

Bú nó đi *Suck it*

Bưởi *'Grapefruits,' large breasts*

Bướm *'Butterfly,' vagina*

Cảm nắng *To have a crush on*
Tôi đang cảm nắng anh ấy. *I have a crush on him.*

Cắm sừng *Cheat*
Tôi bị bạn gái cắm sừng. *I've been cheated on by my girlfriend.*

Cave *Prostitute*

Cặp đôi hoàn cảnh *A miserable couple*

Cặp đôi hoàn hảo *Perfect couple*
Họ là một cặp đôi hoàn hảo. *They are a perfect couple.*

Chăn rau *To seduce or trick younger girls into sex*
Hắn là cao thủ chăn rau. *He's an expert at seducing young girls.*

Chơi gái *Whoring, frequent prostitutes*

Chơi sâm *Group sex*

Chia tay *Break up*

Chúng tôi chia tay được 1 năm. *We've been broken up for a year.*

Chịch *Fuck, bang*

Chịch xã giao *Casual sex*

Chu đáo *Thoughtful*

Tôi lo cho bạn gái chu đáo. *I thoughtfully take care of my girlfriend.*

Có bầu *Pregnant*

Bạn gái tôi có bầu. *My girlfriend is pregnant.*

Có thai *Pregnant*

Em có thai rồi. *I'm pregnant.*

Con tinh trùng *Sperm*

Còn trinh *Virgin*

Con yêu *Love, sweetheart (as a pronoun)*

Cưa gái *Literally, 'saw down girls.' That is, 'make girls fall (in love).' Another way to say 'tán gái,' or 'flirting with a girl'*

Đa tình *Lady killer, womanizer*

Đá *Dump*

Tôi vừa bị đá. *I've just been dumped.*

Đào hoa *Charming, used for men, lady's man*

Đào mỏ *Gold digger*

Cô ta là kẻ đào mỏ. *She is a gold digger.*

Địt *Fuck, but never used in a positive sense, hence its use in địt mẹ mày*

Đĩ đực *Male prostitute*

Độc thân *Single*

Tôi đã độ thân hơn 20 năm. *I've been single for over 20 years.*

Đồng tính *Homosexual, fairly polite*

Dại gái/trai *Smitten*

Dậy thì *Puberty*

Dê *Perverted*

Thằng ấy dê lắm. *He's really perverted.*

Dê già *'Old goat,' dirty old man*

Đồ dê già! *Pervert!*

Diễm xưa *Ex-lover (slang)*

Cô gái ấy là diễm xưa của tôi. *She is my ex-lover.*

Dụ dỗ *Seduce, seduction*

Em yêu *Baby, love, sweetie*

Ế *Loveless, hopelessly single*

Gà bông *Boyfriend, girlfriend*

Gà móng đỏ *'Red-nailed chicken': equivalent to 'Cougar,' a woman who likes younger men*

Gái điếm *Prostitute*

Gái gọi *Call girl, prostitute*

Gấu *'Bear.' Someone you cuddle with*

Ghệ *Girlfriend, bitch, hoe (informal and somewhat disrespectful)*

Hâm mộ *To like, adore, admire.*

Tao hâm mày quá. *I adore you.*

Hứng tình *Aroused, horny*

Kém khoản chăn gối *Bad in bed*

Kệ *Ignore, forget, don't care*
Tốt hay xấu cũng kệ. *Good or bad, I don't care.* Kệ anh ấy. *Forget him.*

Khỏa thân *Nude*

Khuyết điểm *Unattractive qualities*
Khuyết điểm của anh ấy là nói lắm. *An unattractive quality of his is talking too much.*

Kiều nữ và đại gia *Cute girl and her sugar daddy*

Kinh nguyệt *Period*

Kỳ đà *Third wheel; a nosy uninvited person*

Lên đỉnh *Climax, orgasm*

Li dị *Divorce*

Liếm *Lick*

Lỗ đít *Asshole*

Lồn *Pussy*

Lưỡng tính *Bisexual*

Ly hôn *To divorce*

Mãi dâm *To prostitute*

Mại dâm *Prostitution, prostitute*

Mây mưa *Have sex*

Mình *We, used between couple*

Móc cua *Finger*

Mọc sừng *Get cheated on*

Nện *'Smash,' fuck*

Nện, Sạc, Phang, Xoạc *Youthful euphemisms for sex*

Ngày đèn đỏ *Period*

Ngoại tình *To cheat*

Ngực *Breasts*

Ngược lại *Opposite*

Em ngược lại anh hoàn toàn. *You are completely opposite of me.*

Nhút nhát *Shy, timid*

Một số người đang học ngôn ngữ mới cảm thấy nhút nhát vì sợ nói sai. *Many people who are new to studying a language feel timid because they're scared to speak incorrectly.*

Nóng bỏng *Hot*

Nứng *Horny*

Ông xã/bà xã *Bae/old man/ old lady*

Phá thai *Abortion*

Đi phá thai đi! *Go get an abortion!*

Phang *'Throw,' fuck*

Phim heo *Porn*

Ràng buộc *Committed, tied down*

Tôi không thích bị ràng buộc. *I don't like commitment.*

Rau sạch *Younger girls without much sexual experience*

Sàm sỡ *To take liberties with women*

Anh ta sàm sỡ với phụ nữ. *He takes liberties with women.*

Săn chuối *'To hunt banana'*

Sẹc-si, Sếc-si *Sexy*

Sến/ Sến sẩm *Cheesy, overly sentimental yet ineffective, romantic yet cheap*

Bộ phim này rất sến. *This film is very cheesy.*

Sinh lý *Sex drive*

Soái ca *Total package for a guy, tall, handsome, well mannered, galant, rich, etc.*

Sở khanh *Womanizing (worse than Đa tình)*

Đồ sở khanh! *Womanizer.*

Suất tinh *Cum*

Tán gái *Court girls, flirt*

Nghệ sĩ tán gái. *Pick up artist.*

Tán tỉnh Flirt

Tôi thường xuyên tán tỉnh với một em gái ở quán đấy. *I often flirt with a girl at that cafe.*

Thả thính *Flirt, slang*

Thanh khiết *Pure, purity, also tinh khiết*

Tâm hồn cô ấy rất thanh khiết. *Her soul is very pure.*

Thẳng *Straight*

Tôi thẳng. *I'm straight.*

Thằng bé, Cậu nhỏ *Little guy, penis*

Thất tình *Heartbroken*

Tôi vừa bị thất tình. *I've just been heartbroken.*

Thời kì mang thai *Pregnancy*

Thơm *Kiss on the cheek*

Thổi kèn *Blowjob. A polite euphemism*

Thông ass *Anal sex*

Thông dâm *To fornicate, have sex in an immoral manner*

Thủ dâm *Masterbate*

Tiếp cận *To approach*

Anh đã tiếp cận cô ấy ở Nguyễn Huệ. *I approached he on Nguyen Hue.*

Tình cùm *Affection, as a verb and noun*

Tinh dịch *Load, sperm*

Tình dục đồng giới *Homosexual*

Tình dục khác giới *Heterosexual*

Tình dục ngẫu hứng *Casual sex, formal*

Tình một đêm *One night stand*

Tôi là của bạn *I am yours*

Trần truồng *Naked*

Truồng *Naked*

Tuổi mới lớn *Puberty, Pubescent*

Tuyệt vời về khoản chăn gối *Amazing in bed, kind of a cheesy rhyme*

Tự sướng *Masterbate*

Ưu điểm *Attractive quality*
Ưu điểm của anh ấy là khiếu hài hước. *A sense of humor is his good quality.*

Vét máng *Eating pussy*

Vô tình *Heartless, don't care about someone*
Người đàn ông vô tình. *Heartless man.*

Vú *Boobs*

Quan hệ mở *Open relationship*

Quay tay *Jerk off*

Quyến rũ *Sexy*

Xấu nhưng kết cấu nó đẹp *Ugly yet attractive*
My nghĩ rằng anh ấy xấu nhưng kết cấu nó đẹp. *My thinks he's ugly yet attractive.*

Rapport Questions

FAVORITES

What is your favorite color?

Bạn yêu thích màu gì?

What is your favorite dish?

Bạn yêu thích món gì?

What is your favorite flavor of ice-cream?

Bạn yêu thích vị kem gì?

What is your favorite sport to play?

Bạn yêu thích môn thể thao gì?

What is your favorite sport to watch?

Bạn yêu thích xem môn thể thao gì?

What is your favorite season?

Bạn yêu thích mùa nào?

What is your favorite place to eat?

Bạn yêu thích chỗ nào để ăn?

What is your favorite breakfast food?

Bạn yêu thích đồ ăn sáng gì?

What is your favorite school subject?

Bạn yêu thích môn học nào?

What is you favorite type of movie?

Bạn yêu thích loại phim nào?

FAMILY

How many children do you want to have?

Bạn muốn sinh ra mấy đứa con?

What is your middle name?

Tên lót của bạn là gì?

What member of your family are you closest to?

Thành viên nào trong gia đình mà bạn gần gũi nhất?

Do you have a nickname?

Bạn có biệt danh không?

DREAMS

Who is your role model?

Hình mẫu lý tưởng của bạn là ai?

What goal would you like to achieve this year?

Mục tiêu năm nay của bạn là gì?

What is your dream car?

Chiếc xe hơi trong mơ của bạn là gì?

Who is your celebrity crush?

Bạn yêu thầm người nổi tiếng nào?

What do you look forward to in the next 3 months?

Bạn mong chờ gì trong 3 tháng sắp tới?

Describe your life in one word.

Miêu tả cuộc đời của bạn bằng một từ.

What is something you wish there was more of in the world?

Bạn ước có thêm điều gì trên thế giới?

PAST

What did you want to be when you were growing up?

Bạn từng muốn làm nghề gì khi bạn còn bé?

What was your favorite toy when you were a kid?

Khi bạn trẻ bạn từng yêu thích đồ chơi gì?

What was your first job?

Công việc đầu tiên của bạn là gì?

Where did you grow up?

Bạn đã lớn lên ở đâu?

What was your favorite thing about high school?

Bạn yêu thích điều gì về trường cấp ba?

Where is the furthest you've traveled?

Nơi xa nhất bạn từng đi du lịch là nơi nào?

What's the weirdest thing you've eaten.

Món lạ nhất bạn đã ăn là gì?

What was the most memorable thing you did in the last year?

Việc đáng nhớ nhất bạn làm trong năm qua là gì?

What's the most embarrassing thing that has ever happened to you?

Điều xấu hổ nhất từng xảy ra với bạn là gì?

What was your worst job?

Công việc tệ nhất của bạn là gì?

What's the best advice anyone has ever given you?

Lời khuyên tốt nhất mà ai đó từng cho bạn là gì?

How have you changed in the last year?

Bạn đã thay đổi thế nào trong năm qua?

PREFERENCES

What is your most prized possession?

Đồ vật quý giá nhất của bạn là gì?

What is your biggest pet-peeve?

Chuyện nhỏ nào làm bạn thấy khó chịu nhất?

What type of girls/guys are you attracted to?

Mẫu gái/trai nào thu hút bạn nhất?

What is the last book you read?

Cuốn sách cuối cùng bạn đọc là gì?

What is your favorite song at the moment?

Bây giờ bạn yêu thích bài hát gì?

What is the best film you've ever seen?

Phim hay nhất bạn từng xem là gì?

What is the first thing you notice about the opposite sex?

Bạn để ý điều gì đầu tiên ở người khác giới?

What is one dish you don't like?

Một món ăn bạn không thích là gì?

What is one thing you are afraid of?

Một điều mà bạn sợ là gì?

What do you hate?

Những điều mà bạn ghét là gì?

How did you like the movie?

Bạn thích bộ phim này như thế nào?

What was your favorite thing about the event?

Điều gì bạn thích nhất về sự kiện này?

What is the best part about living in Saigon?

Điền tốt nhất về việc sống ở Sài Gòn là gì?

What is your biggest fear?

Nỗi sợ lớn nhất của bạn là gì?

What do you value most in a friendship?

Bạn trân trọng điều gì nhất trong tình bạn?

HABITS

What is your worst habit?

Thời quen xấu nhất của bạn là gì?

Do you play and instrument?

Bạn có chơi nhạc cụ không?

What's the first thing you do in the morning?

Điều đầu tiên bạn làm vào buổi sáng là gì?

HYPOTHETICAL

If you could have any superpower, what would it be?

Nếu có thể có một siêu năng lực, bạn chọn năng lực gì?

If you could visit any place in the world, where would you go?

Nếu bạn có thể thăm bất cứ nơi nào trên thế giới, thì bạn sẽ đi đâu?

If you were an animal, what animal would you be?

Nếu bạn là động vật, thì bạn sẽ động vật gì?

If you were stranded on a desert island, what would you want to have?

Nếu bạn kẹt trên một hòn đảo và có thể mang hai thứ, bạn sẽ mang gì?

If you were famous, what would you be want to be famous for?

Nếu bạn nổi tiếng, thì bạn muốn nổi tiếng vì điều gì?

If you could create a new law, what would it be?

Nếu bạn có thể tạo ra một luật lệ mới, thì nó sẽ là gì?

If you could travel back in time, what time period would you travel to and what would you do?

Nếu bạn có thể đi ngược thời gian, bạn sẽ quay lại thời điểm nào, và bạn sẽ làm gì?

Social and Political Issues

Ăn chay *Vegetarian*

Anh trở nên ăn chay vì sức khỏe. *I became vegetarian for health.*

Ăn chay trường. *Vegan, person.*

Thuần ăn chay. *Vegan, food.*

Bản xứ *Native of a particular country*

Mọi người thích học tiếng anh với người bản xứ. *Everyone likes studying English with native speakers.*

Bạo lực *Violence*

Phim này bạo lực lắm. This movie is really violent.

Bảo thủ *Conservative*

Quan điểm bảo thủ. *Conservative views.*

Bất bình *Disaffected, discontent*

Bất hợp *Illegal*

Người di dân bất hợp pháp. *Illegal immigrant.*

Cách mạng *Revolution*

Cuộc cách mạng công nghiệp. *Industrial revolution.*

Công lý *Justice*

Ở đâu có sự sống ở đó có công lý. *Wherever there is life, there is justice.*

Đả đảo *Down with!*

Mọi người đang đả đảo bạo lực gia đình. *Each person must oppose domestic violence.*

Đạo Hồi *Muslim*

Đạo Khổng *Confucianism*

Đạo Phật *Buddhism*

Do Thái *Jewish*

Đấu tranh *To struggle against, to fight against*

Đấu tranh giai cấp. *Class struggle, class warfare.*

Gia trưởng *Patriarchy*

Hàn Quốc đã xây dựng một trong những xã hội gia trưởng nhất mà chúng ta được biết. *Korea build one of the most patriarchal societies we've seen.*

Kẻ thù *Enemy*

Khí hậu *Climate*

Để đấu tranh với biến đổi khí hậu. *To fight climate change.*

Khó khăn *Difficult, in a large and serious way*

Bạn nên giúp đỡ những người có hoàn cảnh khó khăn. *You should help people in difficult situations.*

Không công bằng *Injustice, also sự bất công*

Khủng bố *Terrorist*

Họ đã đưa tôi vào danh sách những kẻ khủng bố. *They put me on a list of terrorists.*

Liên Hợp Quốc *United Nations*

Môi trường *Environment*

Niềm đam mê lớn của tôi là bảo vệ môi trường. *My passion is protecting the environment.*

Nghèo nàn *Poverty*

Suy nghĩ của anh ta quá nghèo nàn. *His thinking is so impoverished.*

Nghịch lý *Paradox*

Nô lệ *Slavery*

Nữ bình quyền *Feminist, feminism*

Nước kém phát triển *Third World*

Ô nhiễm *Pollution*

Phản đối *Protest*

Các cuộc phản đối công khai hiếm khi xảy ra ở VN. *Public protests rarely happen in VN.*

Phát xít *Fascist*

Phân biệt chủng tộc *Racism*

Họ là nạn nhân của nạn phân biệt chủng tộc. *They are victims of racism.*

Quan liêu *Bureaucratic*

Quân Sự *Military*

Tôi và bối đã từng ở trong quân đội. *My father and I were in the military.*

Quỷ dữ *Devil*

Bán linh hồn cho quỷ dữ. *Sell your soul to the devil.*

Sức mạnh *Power*

Sức mạnh của phụ nữ rất lớn. *The power of women is great.*

Sự đô thị hóa *Urbanization*

Sự giám sát *Surveillance*

Tôi đang chịu sự giám sát của bố mẹ. *I'm under my parents' surveillance.*

Sự nóng lên của trái đất *Global warming*

Sự nóng lên của trai đất sẽ giết các đứa con của bạn. *Global warming will kill your children.*

Sự sụp đổ *Corruption*

Xã hội con người đang gặp một số sự sụp đổ. *Human society is experiencing some corruption.*

Tệ nạn xã hội *Social ills (usually related to drugs, gambling, etc)*

Thiên nhiên *Nature*

Hải đảo này có một vẻ đẹp thiên nhiên tuyệt vời. *This island has amazing natural beauty.*

Thực dân *Colonial*

Chủ nghĩa thực dân. *Colonialism.*

Tiến bộ *Progressive, to progress*

Tiến bộ khoa học. *Scientific progress.*

Tội phạm *Criminal*

George Bush là một tội phạm chiến tranh. *George Bush is a war criminal.*

Trách nhiệm xã hội *Social responsibility*

Ý thức trách nhiệm xã hội. *A sense of social responsibility.*

Truyền thống *Tradition*

Đạo đức truyền thống có thể khá đàn áp. *Traditional morals can be quite oppressive.*

Tư bản *Capitalist*

Chủ nghĩa tư bản. *Capitalism.*

Tư sản mại bản. *Comprador bourgeoisie.*

Vi phạm *Break the law, violate*

Vì phạm bản quyền. *Copyright violation.*

Vô thần *Atheist*

Bị phạt tiền *To be fined money, punished*

Bạn phải trả tiền phạt. *You must pay a fine.*

Virtues, Feelings, and Personality Characteristics

Bướng, bướng bỉnh *Stubborn*

Cáo già *Cunning, sly*

Anh ta là một người cô đơn. *He is a sly person.*

Chảnh *Arrogant*

Chân thành *Honest, genuine, sincere*

Anh ta chân thành quan tâm đến người nghèo. *He sincerely cares about poor people.*

Chu đáo *Thoughtful*

Cô ấy đối xử với tôi rất chu đáo. *She treats me thoughtfully.*

Cô đơn *Lonely, alone*

Tôi cảm thấy mình không cô đơn nữa. *I feel like I'm not alone anymore*

Đanh đá *Bitchy, sassy*

Đào hoa *Charming, used for men*

Độc thân *Single*

72

Tôi sống độc thân. *I live alone.*

Độc đáo *Unique, original*

Để trở nên độc đáo không dễ. *Becoming original isn't easy.*

Độc lập *Independent*

Tôi luôn có tính cách độc lập. *I've always had an independent personality.*

Dáng chuẩn *Fit*

Anh của bạn sở hữu vóc dáng chuẩn. *Your brother has a fit physique.*

Dẻo dai *Tough, durable resilient*

Ô-liu là loại cây có sức sống dẻo dai. *Olives are a tough type of tree.*

Dễ dãi *Easy-going, accommodating*

Nhiều chuyên gia cho rằng hầu hết bố mẹ đều quá dễ dãi. *Many experts say that most parents are too easy-going.*

Dí dỏm *Witty*

Anh ấy là người rất dí dỏm. *He is a very witty person.*

Dũng cảm *Brave*

Anh ấy dũng cảm nhận trách nhiệm. *He bravely accepts responsibility.*

Ganh đua *Competitive*

Những học sinh của tôi ganh đua và ghét thua. My students are competitive and hate losing.

Ghen thuông, ghen thị *Jealous*

Giả tạo *Phony, fake*

Hài hước *Funny*

Tôi thấy sự hài hước trong vấn đề này. *I see humor in this problem.*

Hào hứng *Excited*

Tôi đã rất hào hứng khi đến VN. *I was very excited when I arrived at VN.*

Hào phóng *Generous*

Xin cảm ơn rất nhiều vì đóng góp hào phóng của bạn. *Thank you very much for your generous donation.*

Hấp dẫn *Attractive, appealing, compelling, fascinated*

Các bạn có muốn trở nên hấp dẫn và tự tin hơn. *You want to be more attractive and confident.*

Hiền *Gentle.* Cô ấy rất là hiền

She is very gentle.

Hợp thời trang *Fashionable, also ăn mặc*

Quần áo cô ấy rất hợp thời trang. *Her clothes are very fashionable.*

Hung hăng *Aggressive*

Cậu không phải hung hăng thế đâu. *You don't have to be so aggressive.*

74

Kén chọn *Picky*

Tôi không nên quá kén chọn. *I shouldn't be so picky.*

Keo kiệt *Stingy, cheap*

Hãy rộng rãi, đừng keo kiệt. *Be generous, not cheap.*

Khiêm tốn *Modest*

Anh ấy khiêm tốn. Anh ấy không bao giờ khoe khoang. *He is modest. He never brags.*

Khó tính *Difficult, hard to please*

Khoan dung *Tolerant*

Mẹ tôi rất khoan dung với tính quậy phá của tôi. *My mom is very tolerant with my naughtyness.*

Khỏe mạnh *Strong*

Tôi đi tập gym để trở nên khỏe mạnh hơn. *I go to the gym to become stronger.*

Không đủ năng lực *Incompetent*

Không gò bó *Spontaneous, adventurous, free-spirited*

Tôi thích những cô gái không gò bó. *I like free spirited women.*

Khuyết tật *Disability*

Người khuyết tật. *Disabled.*

Kiên nhẫn *Patient*

Tôi phải kiên nhẫn khi tán tỉnh cô ấy. *You have to be patient when flirting with her.*

Kiêu ngạo *Arrogant*

Sau khi anh ấy mua xe hơi anh ấy trở nên rất kiêu ngạo. *After he bought a car he became very arrogant.*

Lạc hậu *Old-fashioned, backwards*

Ông bà tôi rất lạc hậu. *My grandparents are very old fashioned.*

Lãng mạn *Romantic*

Cô ấy thích đọc tiểu thuyết lãng mạn. *She likes reading romance novels.*

Lập dị *Weird in a bad way*

Mọi người ở trường đã gọi tôi là kẻ lập dị. *Everyone at school calls me a weirdo.*

Lẻo mép *Talkative*

Lịch lãm *Elegant*

Phong cách ăn mặc của anh ấy rất lịch lãm. *His style of dress is very elegant.*

Lịch sự *Polite*

Khi bạn thăm chùa thì bạn phải cư xử lịch sự. *When you go a pagoda you must behave politely.*

Lòe loẹt *Flashy, gawdy*

Quần áo cô ấy mặc hôm nay quá lòe loẹt. *The clothes she's wearing today are too flashy.*

Lôi cuốn *Charismatic*

Mè nheo *Whiny*

Mê tin *Superstitious*

Mỉa mai *Sarcastic, ironic*

Thật mỉa mai khi bạn phạm một sai lầm hai lần. *It is very ironic when you make a mistake twice.*

Nam tính *Masculine*

Ngại *Shy*

Tôi thấy ngại khi nói chuyện với người lạ. *I feel shy when talking with strangers.*

Nghiêm ngặt *Strict*

Với một chế độ ăn kiêng nghiêm ngặt, bạn có thể mất nhiều thứ ngoài trọng lượng của mình. *You may lose more weight with a strict diet.*

Ngọt ngào *Sweet*

Hợ đa cư xử rất ngọt ngào. *They acted very sweet.*

Nhạt *Dull, boring, bland*

Đồ uống ở quán cafe đấy rất nhạt. *Drinks at that cafe are bland.*

Nhạy cảm *Sensitive, delicate*

Một vấn đề chính trị nhạy cảm. *A sensitive political issue.*

77

Nhiệt huyết *Passionate, zealous*

Bạn đầy nhiệt huyết với làm việc của bạn. *He is filled with passion for his work.*

Nhút nhát *Shy, timid, coward*

Nhật kí cậu bé nhút nhát. *Diary of a wimpy kid.*

Nóng tính *Hot tempered*

Nổi loạn *Rebellious*

Nữ tính *Feminine*

Ổn định *Stable*

Anh ấy đổi sự ổn định lấy mạo hiểm. *He traded stability for adventure.*

Quả quyết *Determined, assertive*

Làm việc gì cũng phải quả quyết mới có kết quả tốt. *Any work must be determined to have a good result.*

Quyến rũ *Alluring, attractive, sexy*

Quyết đoán *Decisive*

Đàn ông thì phải cứng rắn quyết đoán, mạnh mẽ và có tiếng nói. *Men must be decisive, strong, and have a voice.*

Sang chảnh *Luxurious*

Tôi đến một nhà hàng sang chảnh tối hôm qua. *I went to a luxurious restaurant yesterday.*

Sự thay đổi để bản mình tốt hơn *Self-improvement*

Tầm thường *Mediocre*

Họ đã thay thế người đạo tuyệt vời bằng một người tầm thường khác. *They replaced the great leader with a mediocre one.*

Thật lòng *Honest*

Cô ấy là một người thật lòng. *She is an honest person.*

Thích khám phá *Adventurous*

Những người thích khám phá thường dễ thành công. *Adveturous people often easily succeed.*

Thông minh *Intelligent*

Những người thông minh thường ăn chay. *Smart people are usually vegetarians.*

Thông thái *Intellectual, wise*

Những lời thông thái. *Words of wisdom.*

Thủy chung *Faithful, loyal*

Thực dụng *Practical, pragmatic, utilitarian*

Hôn nhân thực dụng. *A pragmatic marriage.*

Thực tế *Actual, real*

Bạn nên áp dụng kiến thức vào vấn đề thực tế. *You should apply knowledge to practical issues.*

Tích cực *Positive*

Kinh doanh của tôi nên có một tác động tích cực trên thế giới. *My business should have a positive impact on the world.*

Tò mò *Curious, nosey*

Bạn có sự tò mò lớn lao. *You have immense curiousity.*

Tôn trọng *To respect*

Tôn trọng quyền của người khác. *Respect for the rights of others.*

Tốt bụng *Friendly*

Nên dạy cho con biết kính trọng và tốt bụng với người khác. *Teach your children respect and kindness for others*

Trầm cảm *Depression*

Bạn hãy nuôi một thú cưng để chống trầm cảm. *You should raise a pet to fight depression.*

Trêu đùa *Joker, jester*

Trung thành *Loyal*

Chó là bạn đồng hành trung thành. *Dogs are loyal companions.*

Trung thực *Honest, faithful*

Truyền cảm hứng *Inspirational*

Tôi thích truyền cảm hứng cho người khác. *I like to inspire others.*

Tử tế *Kind*

Anh ấy luôn tử tế với người khác. *He's always kind to others.*

Tự học *Self-taught*

Toi tự học chơi đàn guitar. *I taught myself to play guitar.*

Tự phát triển *Self-development*

Thông thạo tiếng Anh là quá trình tự phát triển. *Fluency in English is a process of self development.*

Tự tin *Confident*

Tôi tự tin về khả năng giao tiếp của mình. *I'm confident about my ability to communicate.*

Vô tình *Heartless, cold*

Vụng về *Clumsy, awkward*

Tôi khá vụng về trong việc tán tỉnh. *I'm rather awkward at flirting.*

Xấu hổ *Embarrassed, ashamed*

Điều này có thể hơi đáng xấu hổ. *This could be quite embarrassing.*

Xoắn *Wimpy*

Talking About Talking

Bắt chước *Imitate, ape*

Biểu thị *Express, demonstrate*

Bổ ngữ *Object noun*

Chẳng hạn như *For example, such as*

Chủ ngữ *Subject noun*

Chữ *Letter*

Cụm từ *Phrase*

Đề nghị *To propose, request, demand*

Đòi *To ask, claim*

Diễn tả *To describe or express a feeling*

Giải thích *To explain*

Giới từ *Preposition*

Gọi *Call, to order food*

Hứa *To promise*

Khẩu ngữ *Informal, conversational language*

Khó giải thích *Hard to explain*

Liên lạc *Get in touch, contact.*
Mất liên lạc. *To lose contact.*

Miêu tả *To describe (something)*

Nghe nhầm *Misheard*

Nghĩa bóng *Figurative*

Nghĩa đen *Literal*

Ngữ điệu *Intonation*

Ngoại ngữ *Foreign language*

Ngôn ngữ đường phố *Street language*

Ngôn ngữ cơ thể *Body language*

Ngôn ngữ ký hiệu *Sign language*

Nhấn mạnh *Emphasize*

Nói dối *To lie*

Nói leo *Cut off in conversation*

Phó từ *Adverb*

Thanh điệu *Tone*

Thành ngữ *Idiom*

Tiếng lóng *Slang*

Trao đổi ngôn ngữ *Language exchange*

Từ vựng *Vocabulary*

Vần *Rhyme*

In the Classroom

Bài tiểu luận *Essay*

Cầm lên đi *Pick that up*

Cất đi *Put that away*

Cất quyển sách đi *Put away your book*

Chú ý *Pay attention*

Đi ra ngoài *Go outside*

Đưa nó cho tôi *Give it to me*

Đứng lại *Stop, halt*

Đừng nói bằng tiếng Việt *Don't speak in Vietnamese*

Gần xong chưa? *Are you almost finished?*

Hư *Bad, disobedient, naughty*

Im lặng *Silence*

Làm sao? *What's wrong?*

Làm xếp hàng *Make a line*

Mách lẻo *To snitch*

Ngay *Now, immediately*

Ngoan *Well-behaved*

Ngoan nào, ngoan đi *Be good*

Nhắc lại *Repeat*

Rên rỉ *To whine, complain*

Thi trượt *Fail a test*

Trật tự! *'Order!'*

Trêu *Tease*

Trốn học *Skip school*

Trợ giảng *Teacher's assistant*

Idioms and Sayings

Ác giả ác báo *What goes around comes around.*

Ăn cháo đá bát *Bite the hand that feeds you*

Ăn cơm trước kẻng *"Eat rice before the bell." Engage in premarital sex.*

Càng đông càng vui *The more the merrier*

Cái kim trong bọc lâu ngày cũng lòi ra *"The needle in the package will stick out after a while." A secret will be revealed over time.*

Cha nào con nấy *Like father like son*

Chí lớn thường gặp nhau *Great minds think alike*

Chín người, mười ý *Everyone has an opinion*

Đẹp hay xấu là tuỳ đánh giá của mỗi người *Beauty is in the eye of the beholder.*

Đừng đùa với lửa *Don't play with fire*

Đứng núi này trông núi nọ *The grass is always greener on the other side*

Dễ được, dễ mất *Easy come, easy go*

Im lặng là vàng *Silence is golden*

Im lặng tức là đồng ý *Silence gives consent*

Không có gì phức tạp hơn ngữ pháp việt nam *Nothing is not complicated than Vietnamese grammar*

Làm thì hay hơn nói *Action is louder than word*

Một nụ cười bằng mười thang thuốc bổ *Laughter is the best medicine*

Muộn còn hơn không *Better late than never*

Nói dễ, làm khó *Easier said than done*

Ngưu tầm ngưu, mã tầm mã *Birds of a feather flock together*

Tai vách, mạch rừng *The walls have ears*

Tay làm hài nhai *No pain, no gain*

Thùng rỗng kêu to *The empty drum beats the loudest*

Xa mặt, cách lòng *Out of sight, out of mind*

Xem việc biết người *Judge a man by his work*

Quick and Dirty Grammar

Bất cứ....nào....cũng *Any*
Hôm nào *Any day*
Bất cứ lúc nào cũng được *Any time is OK.*
Ai cũng được *Anyone is OK*

Cách đây + [time] *Ago*

Họ đã tốt nghiệp đại học cách đây hai năm. *They graduated from university two years ago.*

Chỉ biết *'Only knows,' is prone to doing one thing*
Ông kia chỉ biết uống rượu. *That guy drinks all the time.*

Chuyện *'Thing' in the abstract sense, situation*

Có chuyện gì thế? *What is going on?*

[Subject] + [v/adj] + Chứ chưa/chứ không + [v/adj] *And not/but not*
Tôi đã gặp cô ấy chứ chưa gặp anh ấy. *I've met her but not him*

Cơ *Though (used to contradict a previous statement but another person)*
Học nhiều toàn thật là vô ích cơ. *Studying a lot of math is useless though.*

Cơ mà *But, informally*

Tao muốn đi chơi cơ mà sáng mai tao phải đi làm sớm. *I want to go out but tomorrow morning I have to work early.*

Cứ....là *When....then*
Ông ấy cứ uống rượu là nói nhiều. *When he drinks booze he talks a lot.*

Cứ thế mà làm *Go ahead, do it*

Chứ *Used at the end of a statement to informally express that something expected or natural.*
Tôi sẽ học đại học chứ. *I will go to university, of course.*

Đáng lẽ phải *Supposed to*
Tôi đáng lẽ phải gặp anh ấy nhưng trời mưa. *I'm supposed to meet him but it's raining.*

Đâu *Used at the end of a negative sentence, similar to 'at all.'*
Tôi không biết đâu. *I don't know at all.*

Đến nỗi *To the extent that*
Anh ấy nói nhiều đến nỗi mội người cảm thấy khó chịu. *To talks a lot to the point that everyone is annoyed.*

Hả/hở *Right?*
Tuần sau anh ấy đi công tác hả? *Next week he'll go on a business trip, right?*
Vẫn có xôi gấc hả chị? *Do you still have orange sticky rice?*

Hẳn *Completely*
Không hẳn *Not really*
Thằng này hẳn là học sinh ngoan. *He is completely a good student.*

Hình như *Seems like, perhaps*

Chỗ này hình như cũng hay. *This place seems cool.*

90

Hơi *Quite, used in a negative sense*
Quyển sách này hơi chán. *This book is quite boring.*
Tôi cảm thất hơi mệt. *I feel quite exhausted.*

Không + [v] + gì cả *...not at all.*
Tối qua tôi không ăn gỉ cả. *Last night I didn't eat anything at all.*

Không + [v] + là gì *Never at all*
Ông ấy không biết nói dối là gì. *He never lies at all.*

Làm gì mà.... thế *Why on earth?*
Làm gì mà sợ thế! *Why do you have to be so scared?!*

Lại *To resume, when before a verb; Again, when after a verb*
Lại đi   *Keep going*
Bạn có thể nói lại được không? *Can you say that again?*
Nói lại đi. *Say that again.*

Viết lại. *Write it again.*

Mà

1) But (conjoins two contradictory statements)
Bài này dài mà dễ. *The homework is long but easy.*

2) To (connects to verbs to indicate reason or purpose)
Anh ra chợ mà mua quả. *I'm go to the market to buy fruit.*
Anh rất bận tuần này mà không được đi với em. *I'm very busy this week so I can't go with you.*

3) Though (said as a final emphasizing participle)
Tôi không ăn thịt mà. *I don't eat meat though.*

Thịt chó ngon mà. *Dog meat is delicious though.*

Mải + [v] *To be absorbed with*

91

Mãi mãi *Always*

Mãi mới *After a long time*
Mãi chị ấy mới nói chuyện với tôi. *She recently spoke to me after a long time.*

Nếu mà *If (hypothetically)*
Nếu mà anh không đi thì em cũng khong đi. *If you don't go then neither will I.*

Niềm *Turns certain verbs into nouns*
Niềm vui *Happiness*
Niềm tin *Belief*
Nỗi niềm *Mental issue*

[Verb] + ra *To indicate the result of an action*

Sau khi suy nghĩ, anh ấy hiểu ra vấn đề. *After thinking, he understands the problem.*

So với + [n] + thì + [n] +[adj/v/adv] *Compared to*
So với hôm qua thì hôm này lạnh hơn. *Compared to yesterday, today is colder.*

Sự *Turns words into nouns*

Thế mà *But, used to introduce contrary information*
Anh ấy sắp đi nước ngoài thế mà không nói với gia đình. *He's about to go abroad but hasn't told his family.*

Thế nào...cũng *Surely will*
Thế nào trời cũng mưa. *Surely it will rain.*
Anh ấy thế nào cũng goi điện thoại cho chị. *He will certainly call.*

Thì *Passive voice*
Ngoại ngữ thì thích lắm. *Foreign languages are liked a lot.*
Hoa thì anh ấy chưa bao giờ tặng cho chị ấy. *Flowers have never been given by him to her.*

Tiện thể *Btw, by the way*
Tiện thể thì tuần sau tôi sẽ đi du lịch. *By the way, next we I will go on vacation.*

[subject] + toàn + [n/v/adj] *Entirely*
Anh ấy ăn toàn bánh ngọt. *He ate the whole cake.*

Toàn *Regularly, reliably*

Trở thành + [n] *To turn into*
Anh ấy đã trở thành bạn tôi. *He became my friend.*

Trở nên + [adj] *To turn into*
Bây giờ anh ấy trở nên vui vẻ hơn. *Now he's become more fun.*

Tuy *Although, even though*
Tuy tối rất bận nhưng tôi vẫn cố gắng học ngoại ngữ. *Although I'm very busy I still try to study a foreign language.*

Từng *Used to*
Tôi từng sống rất linh tinh. *I used to live unsensibly.*

Any, Every, Some, Each, None

People

Ai cũng biết Hồ Chí Minh. *Everyone knows HCM.*
Luôn có một ai đó cho mọi người. *There is someone for everyone.*
Mọi người đều biết điều đó. *Everyone already knows that.*

Bất kì ai lái xe ô tô to là kẻ khốn. *Anyone who drives an SUV is an asshole.*
Có ai muốn đi xe đạ xe không? *Does anyone want to go for a bike ride.*
Dã ai xem điều này chưa? *Has anyone seen this yet?*

Có ai đó có thể giúp không? *Can someone help?*
Ai đó nói với tôi nơi này rất tốt. *Someone told me this place was really good.*

Không ai quan tâm. *No one cares.*
Không ai ở lớp tôi thích Sơn Tùng MTP. *No one in my class likes Son Tung MTP.*

Where

Mọi nơi ở nước Mỹ nhìn giống nhau. *Everywhere in the US looks the same.*
Mọi nơi ở quanh Hồ Tây đều đất. *Everywhere around West Lake is expensive.*
Tôi đã đến mọi nơi ở Hà Nội. *I've been everywhere in Hanoi.*

Chúng ta có thể đi bất cứ nơi đâu/khi nào bạn muốn. *We can go wherever you want.*

Anh ấy không đi bất cừ nơi nào ở ngoài Tây Hồ. *He never goes anywhere outside of Tay Ho.*
Chúng ta có thể đi mọi nơi trừ KFC. *We can go anywhere except KFC.*

Nới nào có cà phê đều ổn. *Anywhere with coffee is OK.*

Tôi chưa nhìn thấy chìa khóa của bạn đâu cả. *I haven't seen your keys anywhere.*

When

Anh ấy tỏ ra ngu ngốc bất kì khi nào anh ấy uống rượu. *He acts stupid whenever he drinks.*
Chúng ta có thể đến công viên nước bất kì khi nào bạn muốn. *We can go to the waterpark anytime you want.*

Thing

Mọi chuyện sẽ qua thôi. *Everything will be ok*
Tôi làm bất kì điều gì tôi muốn, bất khi nào tôi muốn, bất khì nơi nào tôi muốn, với bất kì ai tôi muốn. *I do whatever I want, where ever I want, whenever I want, with whoever I want.*

Texting Shorthand

Ae *Anh em*

Ak *Ạ, à*

Bit *Biết*

Buk chết *Bực chết*

Chs Chả hiểu sao (I don't understand why??, i don't know/understand)

Chit *Chết*

Ck *Chồng*

Cmt *Comment*

Đ *Đéo*

Dcm *Địt con mẹ, fuck that*

Dmm *Địt mẹ mày*

Fhoi *Thôi*

Fhang *Tháng*

G9 *Goodnight*

Gt *Giới thiệu*

Haizzz *[sigh]*

Hiu *Hiểu*

Hj *Hi*

Hk *Không*

J *Gì*

Kả *Cả*

L *Lồn*

Lg *Là gì*

Lm *Làm*

Ny *Người yêu*

Nt *Nhắn tin*

97

Ntn *Như thế nào*

Ox, bx *Ông xã, bà xã*

Sml *Af, fail*

Ty *Tình yêu*

Vk *Vợ*

Vl *Vãi lều/lồn. Holy shit. oh, fuck!, fucking!*

Vs *Với*

www.ingramcontent.com/pod-product-compliance
Lightning Source LLC
Chambersburg PA
CBHW051844040426
42447CB00006B/687